മറുപടി

INSIGHT PUBLICA

Nadakkavu, Kozhikode, Kerala, 673011
www.insightpublica.com
e-mail: insightpublica@gmail.com
Title: **Marupadi**
(Malayalam Poems)
Author: **Midhuna Rahul**
First Edition: March 2023
Book Design: kjvj@insight

Printed and Published by
InsightinPublica Printers & Publishers Pvt. Ltd.
ISBN 978-93-5517-330-0

മറുപടി

മിഥുന രാഹുൽ

INSIGHT PUBLICA ®

സമർപ്പണം

ചിതൽ തിന്നുപോയേക്കാവുന്ന പുസ്തകത്താളുകളിൽ
എപ്പോഴെല്ലാമോ കുത്തിക്കുറിച്ചിട്ട വരികളിലെ
ആത്മാവിനെ തൊട്ടറിഞ്ഞ നല്ലപാതിയ്ക്ക്...

കോഴിക്കോട് ജില്ലയിലെ കൊടുവള്ളി, മുത്തമ്പലം എന്ന സ്ഥലത്ത് ജനനം. അച്ഛൻ: പ്രവീൺദാസ്. അമ്മ: ബീന. സഹോദരൻ: അബിൻ ദാസ്, ഭർത്താവ്: രാഹുൽ നാരായണൻ.

മാനിപുരം എ.യു.പി സ്കൂൾ, കൊടുവള്ളി ഗവ. ഹയർസെക്കണ്ടറി സ്കൂൾ, വി.കെ.എച്ച്.എം.ഒ. വിമൺസ് കോളേജ് എന്നിവിടങ്ങളിൽ വിദ്യാഭ്യാസം. കാലിക്കറ്റ് പ്രസ്സ് ക്ലബ്ബിൽ നിന്ന് കമ്മ്യൂണിക്കേഷൻ ആന്റ് ജേർണലിസത്തിൽ പിജി ഡിപ്ലോമ നേടി. മാദ്ധ്യമപ്രവർത്തകയായി പ്രവർത്തിച്ചിട്ടുണ്ട്.

വിലാസം- ലക്ഷ്മി വില്ല, നല്ലളം പി.ഒ, അരീക്കാട്,
കോഴിക്കോട്- 673027

ഇ-മെയിൽ-midhunapraveentk@gmail.com

മിഥുന രാഹുൽ

ആമുഖം

പ്രസിദ്ധീകരിക്കപ്പെടാൻ വേണ്ടി ആയിരുന്നില്ല എഴുതിത്തുടങ്ങിയത്. അതുകൊണ്ടുതന്നെ അവയൊന്നും രണ്ടാമതൊരാൾ വായിക്കുകയുണ്ടായിട്ടില്ല. പക്ഷെ ഇടക്കെപ്പോഴോ സ്വന്തം പേരിലൊരു പുസ്തകം എന്ന സ്വപ്നത്തിലേക്ക് നടക്കാൻ തുടങ്ങി. ആ സ്വപ്നം യാഥാർത്ഥ്യമാക്കാൻ കുറെ നല്ല മനുഷ്യരും ഒപ്പം കൂടി. അധ്യാപകനും നിരൂപകനും എന്റെ ഗുരുനാഥനുംകൂടിയായ ദേവേശൻ മാഷ് (ദേവേശൻ പേരൂർ), ഇൻസൈറ്റ് പബ്ലിക്ക എന്ന സ്ഥാപനം, സുമേഷേട്ടൻ, വിജേഷേട്ടൻ അങ്ങനെ പലരും...

എന്നെപ്പോലെ ഒരു തുടക്കക്കാരിയുടെ പുസ്തകത്തിന് അവതാരിക എഴുതാൻ മനസ്സുകാണിച്ച ദേവശൻ മാഷിന് നന്ദി പറഞ്ഞാൽ അത് കുറഞ്ഞുപോകുകയേ ഉള്ളൂ. അത്ര മനോഹരമായാണ് മാഷ് എന്റെ കുഞ്ഞെഴുത്തിന് അവതാരിക എഴുതിയിരിക്കുന്നത്. സ്വന്തം ഗുരു തന്നെ ആദ്യ പുസ്തകത്തിനു അവതാരിക എഴുതി എന്നത് എനിക്ക് അഭിമാനവും അതിലേറെ ആത്മ സന്തോഷവും നൽകുന്നു... ഹൃദയത്തിന്റെ ഭാഷയിൽ നന്ദി

ഇനിയീ എഴുത്ത് വായനക്കാരുടേതാണ്... നിങ്ങളുടെ വായനാവേളകളിൽ എന്റെ ഈ വരികൾക്കും ഒരു ഇടമുണ്ടാകുമെന്ന പ്രതീക്ഷയോടെ 'മറുപടി' നിങ്ങൾക്കോരോരുത്തർക്കുമായി സമർപ്പിക്കുന്നു...

സ്നേഹപൂർവ്വം

മിഥുന രാഹുൽ

ഉള്ളടക്കം

കവിതകൾ

ഈ ആത്മപഥം തന്നെ കവിതയുടെ ലോകപദം

ദേവേശൻ പേരൂർ

സാമൂഹ്യയാനങ്ങളിലൂടെയുള്ള സഞ്ചാരവേഗങ്ങളിൽ ആത്മ നൊമ്പരങ്ങളോടെ ഒരാൾ നടന്നു പോകുന്നുണ്ടെങ്കിൽ അയാൾ ഒരു കവിയായിരിക്കും. ആകാശത്തിനു നേരെ അയാൾ ഉൻമുഖമായിരിക്കുന്നേരവും ഭൂമിയിലെ നനവിലേയ്ക്ക് അധോമുഖമായിരിക്കും എപ്പോഴും. എല്ലാവരും ഉല്ലാസയാത്രയ്ക്ക് പുറപ്പെട്ടുമ്പോൾ ഭാവനയുടെ വിമാനമേറി അയാൾ ഏകാന്തവാസം നടത്തും. പൊട്ടിച്ചിരിയുടെ പുളകങ്ങൾക്കിടയിലും തപിക്കുന്ന കണ്ണീരാവും അയാൾ പാനം ചെയ്യുന്നത്. വേദന തന്നെയാവും അയാൾക്ക് എപ്പോഴും ആഹ്ലാദത്തിന്റെ പര്യായം.

"ഞാൻ ഒരു മേഘം പോലെ ഏകാന്തനായി അലഞ്ഞു
ഉയർന്ന താഴ്‌വരകളിലും കുന്നുകളിലും ഒഴുകുന്നു"
എന്ന് വില്യം വേഡ്സ്‌വർത്തും

"കാവ്യം ഗ്രാഹ്യ-മാനസഃ സ്വയം ഏവ
ന തു ബഹിർ-അനുഗ്രഹദ്-അന്യസ്യ"

(കവിത മനസ്സുകൊണ്ടേ ഗ്രഹിക്കപ്പെടുന്നുള്ളൂ. പുറത്തുനിന്നുള്ള മറ്റൊരാളുടെ കൃപകൊണ്ടല്ല) എന്ന് കാളിദാസനും

കവികളുടെ ഏകാന്തമായ ദുഃഖസഞ്ചാരപഥത്തെ അടയാളപ്പെടുത്തുന്നുണ്ട്.

കവികുലത്തിൽ ആരൂഢമായി നിൽക്കുന്ന ഈ ആർത്തജീവിതത്തിൽ നിന്നും ഒരു കവിക്കും മോചനമില്ല. ലഹരി പിടിക്കും വേദനയിൽ നിന്നാണ് അവർ മുരളീമൃദുരവങ്ങൾ ഒഴുക്കിക്കൊണ്ടേയിരിക്കുന്നത്. അനുഭൂതിയുടെ ലോകത്തുള്ള ഈ ഒത്തിരിപ്പ് വലിയ കവികൾ മുതൽ എഴുതിത്തുടങ്ങുന്നവർ വരെ കാണും. അതുകൊണ്ടാണ് കവികൾക്ക് ഒരു ഭാഷയേയുള്ളൂ എന്ന് സച്ചിദാനന്ദനും പറയുന്നത്.

മിഥുന എന്ന കവിയും ഈവിധം മാറിയിരിക്കൽ കൊണ്ട്, വേദനയുടെ വേറെ നടത്തംകൊണ്ട് കവിവംശത്തിലെ ഇളമുറക്കാരിയായി പിറന്നുവീണിരിക്കുകയാണ്. ഈ ലോകം തന്റേതല്ലെന്ന തോന്നലുകൾ കൊണ്ടാണ് മിഥുനയ്ക്ക് എഴുതേണ്ടി വരുന്നത്. തന്റേതല്ലാത്ത ഒരു ലോകത്തെ വാക്കിന്റെ കുടുസ്സായ വഴികൊണ്ടെങ്കിലും തനിക്കിണക്കിയെടുക്കാനാണ് അവൾ ശ്രമിച്ചുകൊണ്ടിരിക്കുന്നത്. ജീവിതത്തിന്റെ ലൗകിക സുഖങ്ങളിലല്ല വാക്കുകൊണ്ട് തീർക്കുന്ന കാവ്യജീവിതത്തിലാണ് അവളുടെ ആഹ്ലാദചിത്തം അലതല്ലുന്നത്. “കെട്ട ജീവിതം ഉണ്ടെനിക്കെന്നാൽ മറ്റൊരു കാവ്യജീവിതം” എന്ന് മഹാകവികളെപ്പോലെ തന്നെ മിഥുനയും പാടുന്നു.

മിഥുനയുടെ ഓരോ വാക്കിലും ശരീരത്തിന്റെ രക്തക്കറയുണ്ട്. അതുകൊണ്ടുതന്നെ ഉടൽ അവളുടെ മഷിപ്പാത്രമാവുന്നു. ലോകജീവിതത്തിന്റെ ആകാശങ്ങളിലേയ്ക്ക് പടർന്നേറേണ്ട തന്റെ ജീവിതത്തെ സാമൂഹ്യനീതിയുടെ കോടാലി കയ്യുകൾ അറുത്തു മാറ്റിയതായി അവളറിയുന്നുണ്ട്.

“കൊല്ലന്റെ ആലയിൽ മഴ
പഴുത്തു തുടങ്ങി
കനൽ കെട്ടാൽ
ഒറ്റവെട്ട്
ഇനിയവൾ
ആരെ പുൽകും
(വള്ളിപ്പടർപ്പ്)

കൊല്ലന്റെ ആലയിൽ പഴുക്കുന്ന ഉല കവികൾക്ക് പുതിയ കാലത്തിന്റെ, പുതിയ പ്രഭാതത്തിന്റെ രൂപകമാണെങ്കിൽ മിഥുനയുക്ക് അത് തന്റെ അസ്തിത്വത്തെ ഇല്ലാതാക്കുന്ന സംഹാര സന്ദർഭമാകുന്നു. ആവിധം കാലത്തിന്റെ പ്രതീക്ഷ തന്നെയും അവൾക്ക് നിരാശാഭരിതമായിത്തീരുന്നു.

അതായിരിക്കാം ഏതെല്ലാമോ ജീവിത സന്ദർഭങ്ങളോട് അവൾക്ക് കണക്കു തീർക്കേണ്ടി വരുന്നതുപോലെ തോന്നുന്നത്. ദർശനത്തിലെ സൗമ്യത ഈ കവിക്ക് പദസ്പർശനത്താൽ വന്യതയായി പരിണമിക്കുന്നുണ്ട്. ജീവിത വ്യവഹാരങ്ങളിൽ ആവിഷ്കരിക്കാൻ കഴിയാത്ത ഈ പകയാണ് ഇവിടെ കവിതയായി ഉരുവം കൊള്ളുന്നത്. തന്റെ ക്ഷോഭത്തെ മറച്ചുവെയ്ക്കാനുള്ള ഒരിടമാണവൾക്ക് കവിത. അല്ലെങ്കിൽ ക്ഷോഭിതയായി ജീവിക്കാനുള്ള ഒരു ഒളിത്താവളം.

മുള്ളുവിരിച്ച പാതയിലൂടെ
കല്ലെറിഞ്ഞ
കരങ്ങൾക്കിടയിലൂടെ
ഒരിക്കൽക്കൂടി നടക്കണം
നമുക്കൊരു നാളൊരു
മറുപടി പോൽ
ചവുട്ടി മെതിച്ചവർ
തൻ പാദങ്ങൾ
വിറകൊണ്ട് വീഴുന്ന
കാഴ്ച്ച കാണാൻ
കൊഴിയില്ല വാടില്ല
മറയില്ലെന്നൊരു നാൾ
ഓർമപ്പെടുത്താൻ
കൈകൾ ചേർത്തുപി-
ടിച്ചൊരു നാൾ
ആ വഴിയേ
പോകണമെനിക്ക്
(മറുപടി)

ഇങ്ങനെ കണക്കിന് മറുപടി പറഞ്ഞുള്ളൊരു നടത്തമാണ്. നെഞ്ചൂക്കുകൊണ്ടല്ല വാക്കൂറ്റം കൊണ്ടാണ് നടത്തം. തന്റെ സഞ്ചാരം രാജവീഥിയിലൂടെയല്ലെന്ന് ഇവൾ നന്നായി

മനസ്സിലാക്കുന്നുണ്ട്. ഇളംപ്രായത്തിലേ ജീവിതത്തിന്റെ കഠിന വഴികളെ ഇവൾ എങ്ങനെ തിരിച്ചറിയുന്നു എന്നുള്ളതപ്പെടാം. ഇന്ദ്രിയങ്ങൾ കൊണ്ടല്ല കവികൾ അറിയുന്നത്. ഇന്ദ്രിയാതീതമായ ഒരു മാനസിക വ്യാപാരത്തിലൂടെ അവർ ലോകത്തെ സ്പർശിക്കുന്നു. ശരീരത്തിന്റെ സ്പർശനങ്ങൾ മുഴുവൻ അറ്റുപോയാലും ഇന്ദ്രിയാതീതമായ മനസ്സഞ്ചാരത്തിലൂടെ ലോകത്തിന്റെ കേട്ടുകളെ തൊടുന്നു.

മുള്ളുണ്ട്
വേലിപ്പടർപ്പുണ്ട്
ചുറ്റിലും ആയുധ
മേന്തിയ കരങ്ങളുണ്ട്
(എതിർപ്പ്)

എന്ന തിരിച്ചറിവ് അന്തർജ്ഞാനം പോലെയാണ് കവിയിലെത്തുന്നത്. അതുകൊണ്ടു തന്നെ കല്പനകളിലൂടെയാണ് അവൾ കെട്ടുതികളെ താണ്ടുന്നത്.

നിങ്ങൾ ആരെയെങ്കിലും അവഗണിക്കുന്നുണ്ടെങ്കിൽ അയാൾ ഭാവിയിൽ ഒരു പ്രതിഭയായിത്തീരും എന്നു പറയാറുണ്ട്. പരിഗണനകൾ ആളുകളെ സാധാരണ പൗരരാക്കും. അവഗണന അങ്ങേയറ്റം വേദനിപ്പിക്കുന്നതാവുമ്പോഴും കവികൾക്കും തത്ത്വചിന്തകർക്കും തങ്ങൾ മറികടക്കേണ്ട ആസ്തിയായിത്തീരുകയാണ് ചെയ്യുക.

ഇവിടെ മിഥുനയിലെ കവി അവഗണനയുടെ കയ്പ്പ് രുചിക്കുന്നവളാണ്. തന്നെ നിസ്സ്ഥലയായിക്കാണാൻ അത്രയ്ക്ക് ഉയർന്നിട്ടില്ലന്യരാരും എന്ന വേപഥു ഉള്ളിലൊതുക്കിയാണ് അവൾ കഴിഞ്ഞുകൂടുന്നത്. പ്രകൃതി പോലും എത്ര ക്രൂരമായിപ്പെരുമാറുന്നു എന്നു തോന്നിപ്പിക്കുന്ന നിമിഷങ്ങൾ

മഴ മാറിനിന്നതും
പകലോൻ ചുട്ടുപൊള്ളിച്ചതും
മാരുതൻ കലി പൂണ്ടതും
മാനം
കരിമ്പടം വിരിച്ചതും

തന്നെ പരാജയപ്പെടുത്താനാവാം.

മനുഷ്യർ നിർമ്മിക്കുന്ന ലോകം മാത്രമല്ല ഇപ്രപഞ്ചഗോപുരം തന്നെയും തനിക്കന്യമാവുന്നുവെല്ലോ എന്നു തോന്നുന്നത് കവിക്ക് തന്റെ കാവ്യചേതനയിൽ കാല്പനികതയുടെ ഒരു മുറിഞ്ഞവാൽ ഇപ്പോഴും മിടിച്ചുകൊണ്ടിരിക്കുന്നതുകൊണ്ടാണ്. കാല്പനികത എന്നത് ഒരു പ്രസ്ഥാനത്തിന്റെ പേരല്ലെന്നും കവി കുലത്തിന്റെ വംശ ചിഹ്നമാണതെന്നും ഈ കവിയും അങ്ങനെ തെളിയിക്കുന്നുണ്ട്.

വർത്തമാനത്തിന്റെ ദന്തുരതയിൽ നിന്ന് കവികൾ എപ്പോഴും ഒളിച്ചോടും. ഒന്നുകിൽ ഭാവിയിലേയ്ക്ക്, അല്ലെങ്കിൽ ഭൂതത്തിലേയ്ക്ക് "മുകളിൽ മിന്നുന്ന താരമേ, ചൊൽക നീ-യകലെയെങ്ങാനും പ്രഭാതമുണ്ടോ?" എന്ന് വർത്തമാനത്തിൽ നിന്ന് ഭാവിയിലേയ്ക്കും "ഭൂതകാലത്തിൻ പ്രഭാവതന്തുക്കളാൽ ഭൂതിമത്താമൊരു ഭാവിയെ നെയ്ക നാം" എന്ന് ഭൂതകാലത്തി ലേയ്ക്കും കവികളുടെ നോട്ടപ്പാടുകൾ പായും.

രണ്ടായാലും ദുരിതപൂർണ്ണമായ വർത്തമാനത്തിന്റെ പ്രതി കരണങ്ങളാണവ. ദുരിതം, നഷ്ടം, ശൂന്യത, ഇല്ലായ്മ എന്നൊ ക്കെയുള്ള കാവ്യ നിഘണ്ടുവിലെ പദാവലികൾ കവികളെ സംബന്ധിച്ച് ഭൗതികമായ ഒരസ്തിത്വത്തെയും പ്രതിനിധീകരിക്കു ന്നില്ല. ഇത്രയേറെ സമ്പൽ സമൃദ്ധമായിട്ടും ഇക്കവി എന്തിനാണ് വേദനിക്കുന്നത് എന്ന് കവികളെ നോക്കി സാധാരണ മനുഷ്യർ പറയാറുണ്ട്. വിലോഭനീയമായ ഈ ലോകത്തു നിന്നു തന്നെയാണ് മിഥുനയും പലായനം ചെയ്യുന്നത്. ഏതോ ഒരാത്മനാശം, ആന്തരിക നിശ്ശൂന്യത അവളും അനുഭവിക്കുന്നു. അതുകൊണ്ടാവാം ഒരു നേർത്ത തെന്നൽ കൊണ്ടു പോലും തന്നെ തിരിച്ചു വിളിക്കരുതേ (യാത്ര) എന്ന് ആഗ്രഹിക്കുന്നത്.

എങ്ങോട്ടോയുള്ള യാത്രയും എന്തിനോ വേണ്ടിയുള്ള കാത്തി രിപ്പുമാണവൾക്ക് കാവ്യജീവിതം. അതു ചിലപ്പോൾ കാലമാകാം കാമുകനാവാം ദൈവമാവാം വെളിച്ചമാവാം "ഒടുക്കമില്ലാത്ത കഥ പോലെ ഇന്നും അവൾ കാത്തിരുന്നു" (കാത്തിരിപ്പ്) ആത്മനാശത്തിന്റെ വർത്തമാനത്തിൽ നിന്ന് ആത്മ സാക്ഷാ ത്കാരത്തിന്റെ തുരുത്തുതന്നെയാണ് കവി അന്വേഷിക്കുന്നത്.

മഞ്ഞിനും സൂര്യനുമിടയിൽ
നീ നെയ്ത
പുതപ്പുകൊണ്ടെന്നെ

മൂടണം
പാതി മയക്കത്തിൽ
നിന്റെ ശ്വാസം
എന്നിൽ ചേരണം.

എന്ന് പേരില്ലാത്ത ഒരനുഭൂതിയുടെ ആലിംഗനത്തിനു വേണ്ടി കാംക്ഷിക്കുന്നു. അസംതൃപ്തമായ ഒരു സ്ത്രൈണ ചേതന വിലോലമായ ഒരു ഭാവനാസ്പർശം തന്നെ മൂടാൻ ആഗ്രഹിക്കുന്നുണ്ട്. അത് ഒന്നായി ലയിക്കലാണ്. ദ്വൈതമായതൊക്കെയും അദ്വൈതമായിത്തീരുന്ന ഒരാത്മീയ അനുഭൂതിയിൽ വിലയനം ചെയ്യലാണ്. "ഒന്നുകിൽ തപിച്ച നീ രാവിയായ് വിണ്ണിലേയ്ക്കുയരുക, അല്ലെങ്കിൽ കിനിഞ്ഞ് മണ്ണിന്റെ നനവായിപ്പുലരുക" എന്ന് കവി കല്പിക്കുംപോലെയുള്ള ആത്മീയമായ ഒരു സാഫല്യം.

വർത്തമാനത്തിന്റെ കാഴ്ചകളിൽ പ്രിയമുള്ളതുമാത്രം എന്നെ ക്കാണിക്കണമേ എന്ന ഒരു അർത്ഥനയാണ് കവിക്കുള്ളത്. അല്ലെങ്കിൽ തമസ്സാണ് നല്ലെതെന്നും കവിക്കു തോന്നുന്നുണ്ട്. കൺ കാഴ്ചയിലല്ലെങ്കിൽ അകക്കണ്ണിലെങ്കിലുമത് തെളിയണം എന്നാണ് പ്രാർത്ഥന. കാല്പനികതയുടെ തിരുശേഷിപ്പുകൾ കണക്കെയാണ് ഭൂതപ്രിയത്വവും കവിയിൽ തെളിയുന്നത്. ഭൂതകാലം കവിയിൽ കുട്ടിക്കാലവും സ്മരണയും മരണവുമാകുന്നു. ആ കളിത്തോഴിയോടൊപ്പം കഴിയാൻ കവി ആഗ്രഹിക്കുന്നു.

ഓർമ്മകൾ ഓടിയെത്തുമ്പോൾ
അതിലധി മധുരമാ-
മോർമ്മയാണെൻ
കളിത്തോഴീ നിൻ
ചിരിയും കൊച്ചു കലമ്പലും
തിരികെത്തരുമോ?

കാലം യവനികയ്ക്കുള്ളിൽ ഒളിപ്പിച്ചുവച്ച മധുര ദിനങ്ങളാണ വയെന്നും അവയെനിക്ക് തിരികെ വേണമെന്നും കവി കൊതി ക്കുന്നു.

ചില നേരങ്ങളിൽ കവിക്ക് ഭൂതകാലം മരണം തന്നയുമാവു ന്നു. അത്യധികമായ ജീവിതകാമനകളാണ് കവികളിൽ മരണ കാമനകൾ ഉദ്ദീപിപ്പിക്കുന്നത്. കവികളെ സംബന്ധിച്ച് ജീവിതം തന്നെയവർക്ക് മരണമാണ്, കവിതയാവും അവരുടെ ജീവിതം.

ആ ഉയിർപ്പിലാണ് അവർ ഉല്ലസിക്കുന്നത്. അതുകൊണ്ട് കാല്പനിക കവിക്ക് ജീവിതത്തിന്റെ വിപരീതമല്ല മരണം, പര്യായം തന്നെയാണ്.

മടക്കമില്ലാത്ത
യാത്രക്ക്
മനസ്സിനെ
പറത്തി വിടണം
(മനസ്സ്)

എന്നു പറയുമ്പോൾ മിഥുന കാല്പനിക കവികളുടെ വംശാവലിയിൽ അംഗത്വമെടുക്കുകയാണ്.

ഇപ്രകാരം ഭൂതകാലത്തിന്റെ സൗവർണ്ണ തന്തുക്കൾ കൊണ്ട് കെട്ടിയ ഊഞ്ഞാലിലിരുന്ന് ആന്ദോളനം ചെയ്യുകയാണ് ഈ പുതിയ എഴുത്തുകാരി. സ്വാഭാവികമായ മനോവിചാരങ്ങൾ മാത്രമാണ് അവൾക്ക് കവിത. ഏതെങ്കിലും സൈദ്ധാന്തിക നിലപാടുകൾ കൊണ്ട് തന്റെ കവിതയെ സാധൂകരിക്കണമെന്നൊന്നും അവൾ കരുതുന്നേയില്ല. മനസ്സിന്റെ സാധാരണ സഞ്ചാരപഥങ്ങളിൽ നിന്ന് പെറുക്കിവച്ച ചില പദങ്ങൾ. തന്റെ ആത്മപഥം കവിതയുടെ ലോകപദമായിത്തീരുമെന്ന് ഒട്ടും അറിയാതെ.

വള്ളിപ്പടർപ്പ്

കുറ്റിച്ചെടിയായാണ്
തെഴുത്തു തുടങ്ങിയത്
വള്ളിപ്പടർപ്പാണെന്ന്
അറിഞ്ഞത് കമ്പിലും
ചില്ലയിലും
പടർന്നുകയറി-
യപ്പോഴാണ്
വെട്ടിമാറ്റാൻ
പറ്റാത്തവിധം
പടർന്നു കഴിഞ്ഞിരുന്ന-
പ്പോഴേക്കും
കരിയിച്ചു കളയാൻ
നോക്കി...

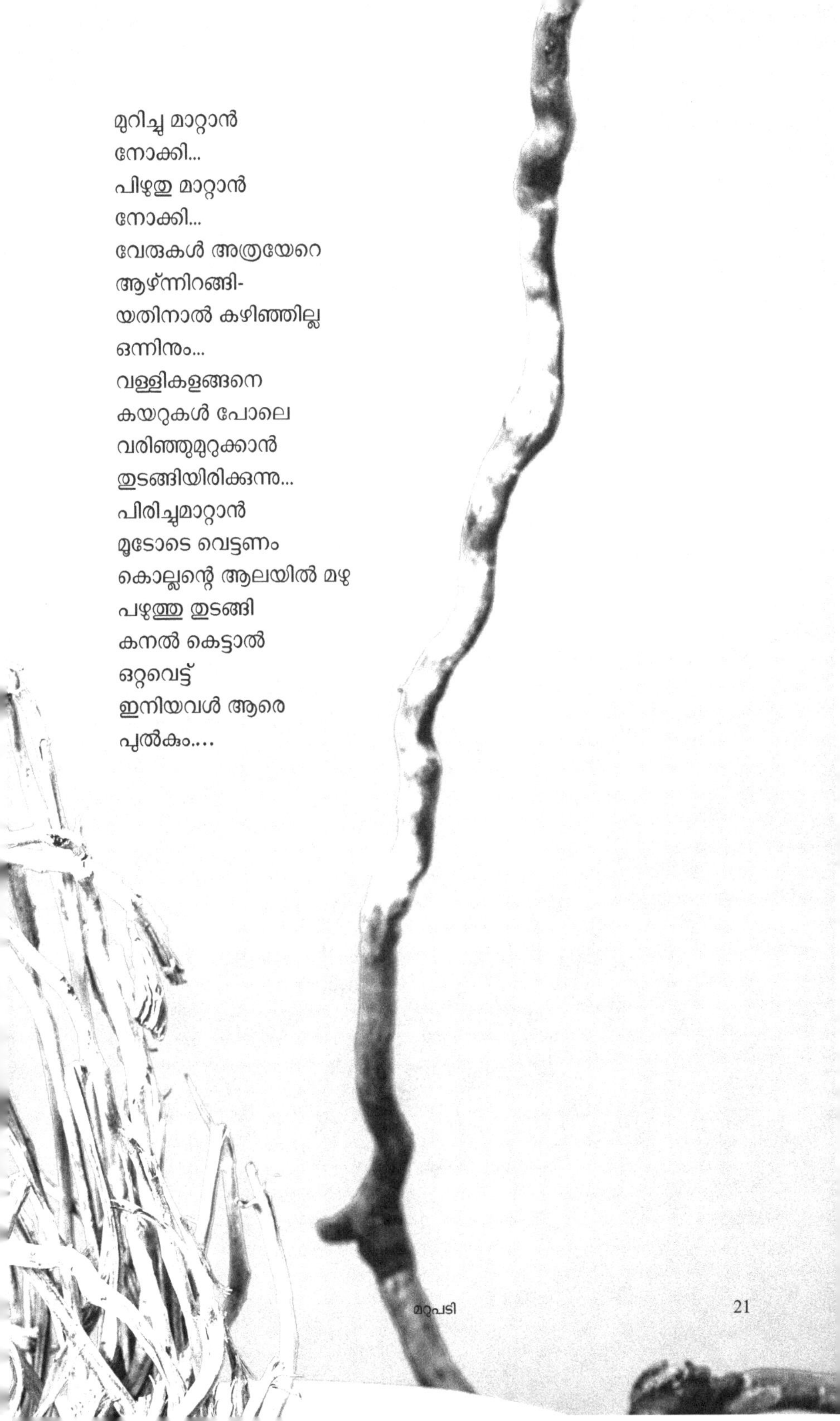

മുറിച്ചു മാറ്റാൻ
നോക്കി...
പിഴുതു മാറ്റാൻ
നോക്കി...
വേരുകൾ അത്രയേറെ
ആഴ്ന്നിറങ്ങി-
യതിനാൽ കഴിഞ്ഞില്ല
ഒന്നിനും...
വള്ളികളങ്ങനെ
കയറുകൾ പോലെ
വരിഞ്ഞുമുറുക്കാൻ
തുടങ്ങിയിരിക്കുന്നു...
പിരിച്ചുമാറ്റാൻ
മൂടോടെ വെട്ടണം
കൊല്ലന്റെ ആലയിൽ മഴു
പഴുത്തു തുടങ്ങി
കനൽ കെട്ടാൽ
ഒറ്റവെട്ട്
ഇനിയവൾ ആരെ
പുൽകും....

കളിത്തോഴ

ഓർമയിലൊരു
തെളിനീരുറവപൊട്ടു-
ന്നുണ്ടോരോരോ
ഓർമ്മകൾ ഓടിയെത്തുമ്പോൾ
അതിലധിമധുരമാ-
മോർമയാണെൻ
കളിത്തോഴീ നിൻ
ചിരിയും കൊച്ചു
കലമ്പലും
തിരികെത്തരുമോ
കാലമേ നീ
യവനിക-
ക്കുള്ളിലൊളിപ്പി-
ച്ചൊരാ മധുര
ദിനങ്ങൾ...

ചെന്താരകം

എന്തിത്ര ചന്ദ്രനിന്നീ ചുവപ്പ്
ആരാരുമെങ്ങാനും
ചെന്തീ ചുവിയോ?
കോപം കൊണ്ട്
ജ്വലിച്ചതാവോ,
നാണം കവിൾ പൂ
തലോടിയതാവോ
ചെമ്പരത്തി പൂ
പോലൊരാ ചുവപ്പി-
ലൊളിപ്പിച്ചൊരാ
രഹസ്യമൊപ്പീടുവാൻ
മാനത്ത് വട്ടമിട്ടൊരാ
ചെമ്പരുന്തിൻ
ചിറകു കരിഞ്ഞത്
താഴെ വീണു
അറിയാൻ ശ്രമി-
ക്കരുതാരുമാരു-
മെന്നൊരു മുന്നറിയിപ്പാ-
ണതെന്ന്
തെക്കേ കൊമ്പിലിരു-
ന്നൊരാ നിലാപക്ഷി
വിളിച്ചു കൂവി
ഇത്രമേൽ പൊള്ളിക്കുമാ
രഹസ്യമെന്തെ-
ന്നറിവീല
ആർക്കുമാർക്കും...
ചെമ്പട്ടണിഞ്ഞി-
പ്പോഴും നിൽപ്പുണ്ടാ
മാനത്തെ അമ്പിളി
മൂകമായി....

മറുപടി

മുള്ളുവിരിച്ച പാതയിലൂടെ
കല്ലെറിഞ്ഞ
കരങ്ങൾക്കിടയിലൂടെ
ഒരിക്കൽക്കൂടി നടക്കണം
നമുക്കൊരുനാളൊരു
മറുപടി പോൽ
ചവുട്ടി മെതിച്ചവർ
തൻ പാദങ്ങൾ
വിറകൊണ്ട് വീഴുന്ന
കാഴ്ച്ച കാണാൻ
കൊഴിയില്ല വാടില്ല
മറയില്ലെന്നൊരു നാൾ
ഓർമപ്പെടുത്താൻ
കൈകൾ ചേർത്തുപി-
ടിച്ചൊരു നാൾ
ആ വഴിയേ
പോകണമെനിക്ക്.

തിരച്ചിൽ

തുടക്കം കിട്ടാതെ
ഒടുങ്ങുന്ന വാക്കുകൾ
അർത്ഥം അറിയാതെ
വായിക്കുന്ന വരികൾ
ഇഴകീറി നോക്കിയിട്ടും
ജീവന്റെ തരിപോലും
കാണാതെ
ചിതലരിച്ചവ
കാലപ്പഴക്കം ചെന്നിട്ടും
ഉണങ്ങാതെ
മൂക്കിൽ തുളച്ചു
കയറുന്ന മഷിയുടെ
ഗന്ധം
അസ്ഥിയെ വരിഞ്ഞു
മുറുക്കുന്നു
ശ്വാസം കിട്ടാതെ
പിടയുമ്പോഴും കണ്ണുകൾ
ആരെയോ
പരതുന്നുണ്ടായിരുന്നു
മുഖമില്ലാത്ത
ആരെയോ...

മടക്കം

ഇഴഞ്ഞു നീങ്ങുന്ന ദിനങ്ങളി-
ലെത്രയോ
ആ വരവ് ഞാൻ സ്വപ്നം
കണ്ടിരുന്നു
കാറ്റായോ മഴയായോ
മഞ്ഞായോ വെയിലായോ
നീ വരുന്നതും കാത്ത്
ചിതൽ തിന്നുതീർത്ത
ചാരുകസേരയിൽ
വർഷങ്ങൾ...

നോക്കിന്റെ ദൂരം പതിയെ
കുറഞ്ഞുവരുന്നതും
വെള്ളിനാരുകൾ കിളിർത്തു
തുടങ്ങിയതും
നിശബ്ദതയുടെ ആഴം
കൂടിവന്നതും
എന്തോ...
ഞാൻ അറിയാതെ പോയ്

ഊന്നുവടിയുമായി കസേരയിൽ
ഇരുന്ന എന്നെ
ആരെല്ലാമോ ചേർന്ന്
നിലത്തു കിടത്തിയപ്പോഴും
കത്തിച്ചുവെച്ച ഒരുതിരി
വിളക്കിലെ പ്രകാശമോ
ആൾത്തിരക്കോ
എന്റെ കണ്ണിൽ പെട്ടില്ല
പാതിയടഞ്ഞ കണ്ണിൽ
നിന്റെ വരവ് മാത്രമായിരുന്നു

അന്ത്യയാത്രക്ക് ഇനി
യുഗങ്ങളോ നിമിഷങ്ങളോ
ബാക്കിയില്ല
ഇന്നാണ്, ഇപ്പോഴാണ്
പട്ടടയിലെ അവസാന
അഗ്നിയും അണയു-
ന്നതിന് മുൻപെങ്കിലും
ഒറ്റക്കൊലുസിട്ട
കാലുകൾ
എന്നെ
തേടിയെത്തിയെങ്കിൽ

ഞെട്ടറ്റ പൂവ്

അപ്രതീക്ഷിതമായി വിരിഞ്ഞ
പൂവായതുകൊണ്ടാവണം
ആരും അവളെ
ശ്രദ്ധിക്കാതെ പോയത്

ഇതളുകൾ ഓരോന്നായി മിഴി
തുറന്നതും
വിരുന്നുകാർക്ക്
അമൃതം വിളമ്പിയതും
സുഗന്ധം പരത്തിയതും
ആരും അറിയാതെ
പോയത് അതുകൊണ്ടാവണം

മഴ മാറി നിന്നതും
പകലോൻ
ചുട്ടുപൊള്ളിച്ചതും
മാരുതൻ
കലിപൂണ്ടതും
മാനം കരിമ്പടം
വിരിച്ചതും
അതുകൊണ്ടാവണം

നാഴികകൾക്ക്
യുഗങ്ങളുടെ നീളം
തോന്നുന്നു
വേരുകൾ വരണ്ടുണങ്ങുന്നു
ഇലകളിൽ പച്ചപ്പ് മായുന്നു
ആരുമറിയാതെ
ഒരു പൂവിവിടെ
മൃതിയടയുന്നു

അവശേഷിപ്പിച്ചിട്ടില്ല
ഒരു വിത്തുപോലുമിവിടെ
അടയാളം പോലും
അവശേഷിപ്പിക്കാതെ
മടങ്ങുകയാണ്
വിടരും മുൻപേ
അടർന്ന
പൂക്കൾ എത്ര
ഭാഗ്യവാന്മാർ

യാത്ര

ചിന്തകൾ കാടുകയറുന്നു
കാഴ്ച മങ്ങുന്നു
കറുത്ത പുക മൂക്കിലേക്ക്
ഇരച്ചു കയറുന്നു
കണ്ണുകൾ അടയാൻ
തുടങ്ങുമ്പോഴും
ഭയം മാത്രം എത്തിനോക്കിയില്ല
ഇതുവരെ അനുഭവിക്കാത്ത
ശാന്തത...
അതിലങ്ങനെ മുഴുകി
ആഴ്ന്നുപോകാൻ
തിടുക്കം കൂട്ടുന്നു മനസ്
ഒരു നേർത്ത
തെന്നൽ പോലും
ഈ യാത്രയിൽനിന്ന്
തിരികെ വിളിക്കാൻ
എത്താതിരിക്കട്ടെ
അവൾ ഉറങ്ങട്ടെ
ശാന്തമായി,
സ്വസ്ഥമായി..

കാത്തിരിപ്പ്

ഒറ്റചില്ലയുള്ള മാവിൻ
ചുവട്ടിൽ
കഥപറഞ്ഞിരുന്നതാണ്
തുടങ്ങിയ കഥ
പറഞ്ഞവസാനി-
പ്പിക്കാൻ കഴിയാതെ
തിരിഞ്ഞു നോക്കിയപ്പോൾ
കേൾവിക്കാരൻ
നടന്നകന്നിരുന്നു

പിന്നീട്ടുള്ള കാത്തിരിപ്പ്
കഥയുടെ ബാക്കിക്കായി-
രുന്നില്ല കേൾവിക്കാര-
ന്റെ മടങ്ങിവരവി-
നായിരുന്നു

അതിനിടയിൽ മാവ്
ഇലപൊഴിച്ചതും
മൺ പാത
മഞ്ഞു പുതച്ചതും

വെയിലിൽ പുൽക്കൊടി
കരിഞ്ഞുണങ്ങിയതും
മഴ വന്നു മണ്ണിനെ
പുൽകിയതും
അവളറിഞ്ഞില്ല
ഒടുക്കമില്ലാത്ത
കഥ പോലെ
ഇന്നും അവൾ
കാത്തിരിക്കുന്നു
അവസാനിക്കില്ലെന്ന്
അറിയാവുന്ന
കാത്തിരിപ്പ്

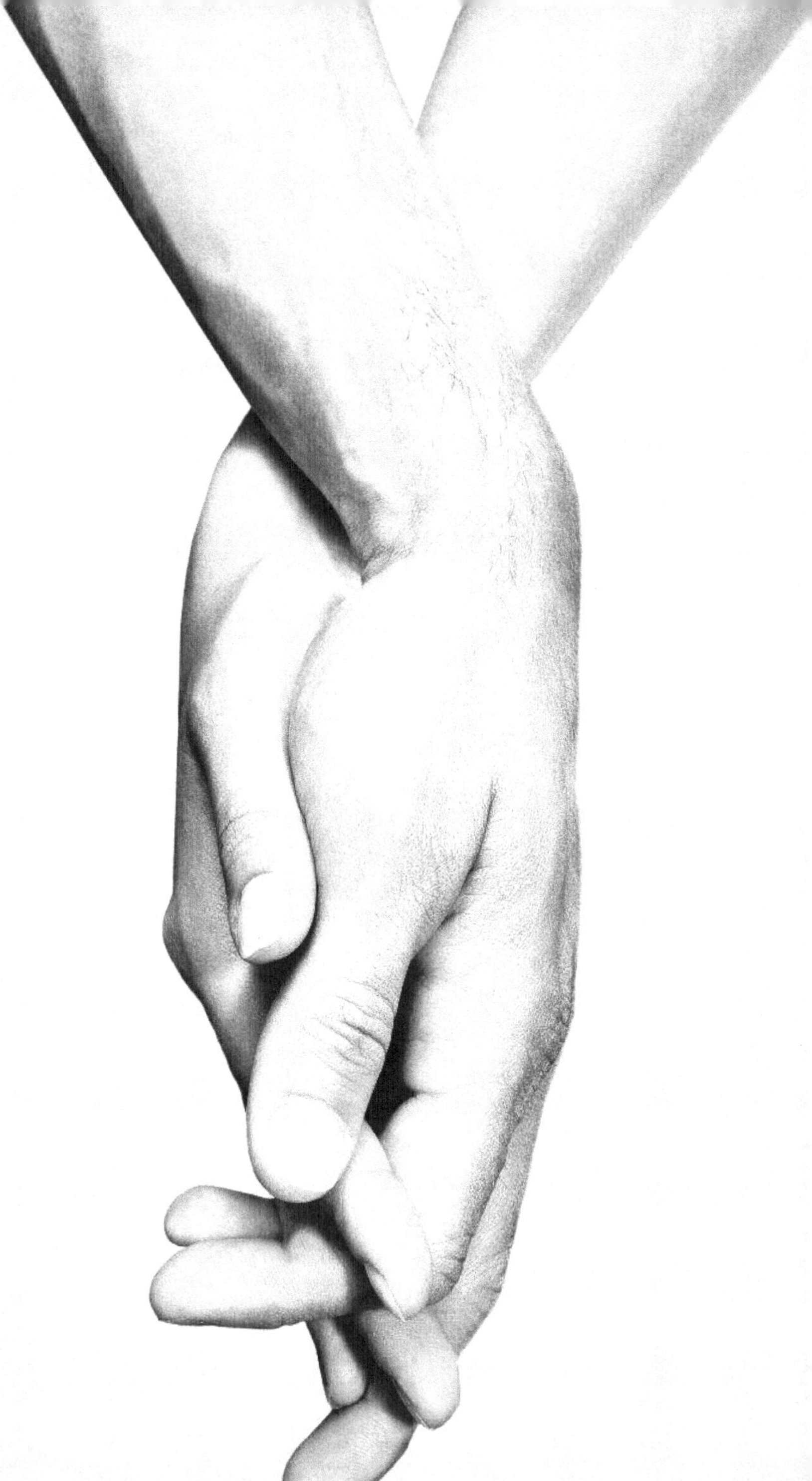

സ്വപ്നം

കോട മഞ്ഞ് പുതപ്പ്
നെയ്യുന്ന
പുലർവേളകളിൽ,
കണ്ണാടി ചില്ലിലൂടെ
പകലോൻ ഒളിഞ്ഞു
നോക്കുമ്പോൾ
നെറുകിലൊരു
ഹിമകണമായി
നിന്റെ ചുംബനം
വീഴണം
മഞ്ഞിനും സൂര്യനുമിടയിൽ
നീ നെയ്ത
പുതപ്പുകൊണ്ടെന്നെ
മൂടണം
പാതി മയക്കത്തിൽ
നിന്റെ ശ്വാസം
എന്നിൽ ചേരണം
ആ ഹൃദയതാളം എനിക്ക്
ഉണർത്തു പാട്ടാവണം
അങ്ങനെ എനിക്കൊരു
സ്വപ്നം കാണണം
ഉണർന്നാലും മായാത്ത
സ്വപ്നം
നീയെന്ന
സ്വപ്നം.

മനസ്സ്

ചിന്തകളുടെ
കെട്ടഴിച്ചുവിടണം
പ്രിയമുള്ളതൊക്കെയും
ഒരു കണ്ണാടി-
ച്ചില്ലിലെന്നപോൽ
അകക്കണ്ണിൽ
കാണണം
ഇടയ്ക്ക് ചുണ്ടിൽ
പുഞ്ചിരി വിരിയണം
കണ്ണിൽ കൗതുകം വേണം
മായാത്ത മഴവില്ലിൽ
ഊഞ്ഞാലാടണം
മടക്കമില്ലാത്ത യാത്രക്ക്
മനസിനെ പറത്തിവിടണം
ശേഷം
ശാന്തം...

മഴ

പുറത്തിപ്പോഴു-
മുണ്ടാ മഴ,
പതിഞ്ഞ താളത്തിൽ,
കുളിരിന്റെ നൂലിഴകൾ
നെയ്ത്,
പെയ്തു തീരാൻ
മടിച്ച്,
അവളിങ്ങനെ
ചിണുങ്ങി നിൽക്കുന്നു.

എതിർപ്പ്

അകലങ്ങൾക്കിത്ര
അടുപ്പമോ എൻ തോഴാ
നാമിരുവരും
ഒരുകരയിൽ എത്തിയെന്നോ
മുള്ളുണ്ട്, വേലിപ്പടർപ്പുണ്ട്,
ചുറ്റിലും ആയുധ-
മേന്തിയ കരങ്ങളുണ്ട്
ഒറ്റരാത്രിക്ക് മായ്ക്കാ-
നാവില്ല ഇവയൊന്നു-
മെങ്കിലും കാത്തിരിക്കും
ഞാൻ.

ഏകാന്തത

ഒറ്റയാവാനാണ് പലപ്പോഴും
ബുദ്ധിമുട്ട്
നിഴൽ പോലും കൂട്ടിനില്ലാതെ
ഭൂമിക്കും ആകാശത്തിനും
നടുവിൽ ഒറ്റയായ്...
കിനാവില്ലാതെ,
നിലാവില്ലാതെ
ദുഃഖത്തിന്റെ സ്നേഹിതൻ
ഇരുട്ടുമായി കൂട്ടുകൂടി
കരാറുണ്ടാക്കി
വെളിച്ചമെന്ന ജാരനെ
പറ്റിച്ച് ഒളിച്ചിരിക്കാൻ
ആരുമെത്തി നോക്കാത്ത
അഗാധ ഗർത്തത്തിലേക്ക്
ആഴ്ന്നിറങ്ങി
പവിഴവും മുത്തുമില്ലാത്ത
ആഴത്തട്ടിൽ നിന്ന്
കനലുകൾ കോരിയിട്ട്
ഉള്ളിലെ തീ
കെടാതെ സൂക്ഷിക്കാൻ...
ഒടുവിൽ ആ തീയിൽ
എരിഞ്ഞടങ്ങാൻ...
ദേഹമെരിഞ്ഞടങ്ങിയ
ചാരം പോലും
പുറത്തു വരാതെ
സൂക്ഷിക്കാൻ...

വിഫല സ്വപ്നങ്ങൾ

സഫലമാകാത്ത സ്വപ്നങ്ങൾ
അങ്ങനെയാണ്..
അവ നമ്മെ വരിഞ്ഞു മുറുക്കും
ഉറക്കം കെടുത്തും
വാശി പിടിപ്പിക്കും
നമ്മെ തന്നെ നമ്മിൽ
നിന്ന് പറിച്ചെടുത്തുകളയും
ഒടുവിൽ..
ഒരു മൺകുടത്തിൽ
സ്വയം ആ ചാരം
കൊണ്ടുപോയി
സ്വത്വം നഷ്ടപെട്ട
ഏതെങ്കിലും
നദിയിൽ കൊണ്ടുപോയി
ഒഴുക്കും
അപ്പോഴും
ഗതികിട്ടാതെ
ആ ആത്മാവ്
അലയുന്നുണ്ടാവും
കാറ്റിന്റെ
മുളലിനൊപ്പം

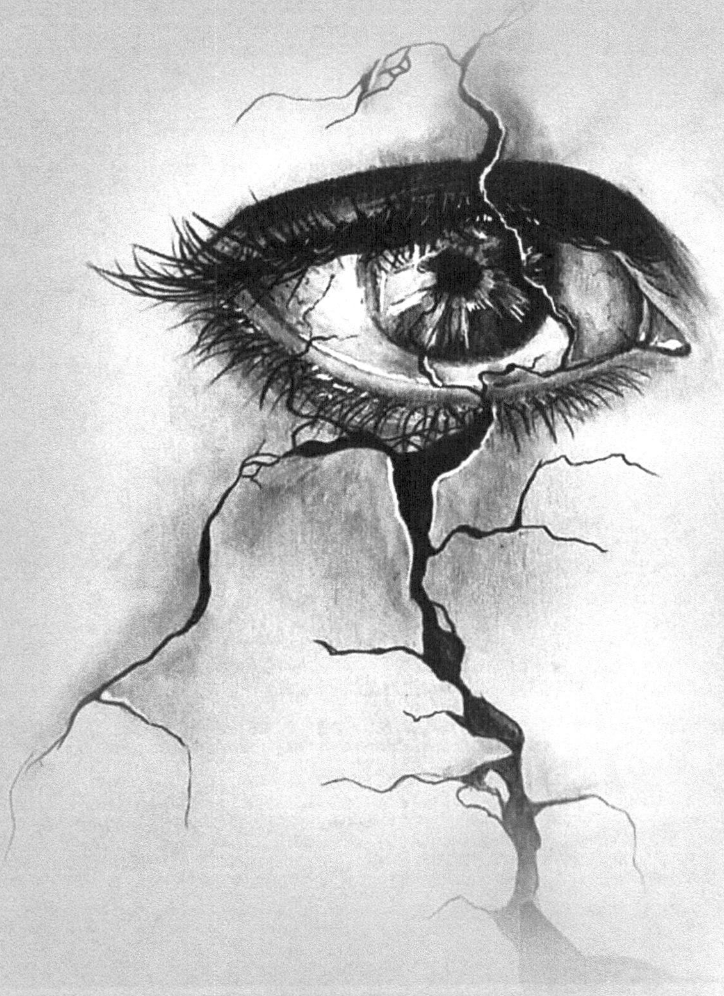

നോവ്

ഇരുട്ട് വീഴാൻ
കാത്തിരിപ്പായിരുന്നു
ഉരുണ്ടുകൂടിയ
നോവിനെ
തൊണ്ടയിൽ നിന്ന്
പുറത്തെടുക്കാൻ
അടക്കിനിർത്തിയ
കണ്ണുനീരിനെ
കവിളിലൂടെ
ഒഴുക്കിവിടാൻ
സ്വപ്നങ്ങളെ കുഴി-
വെട്ടിമൂടാൻ
മറവിയെ വിളിച്ചു-
വരുത്തി സദ്യ
വിളമ്പാൻ
എത്ര രാത്രികളി-
ങ്ങനെ വന്നുകൂടണം
ഈ നോവെല്ലാം
ചിതയിലമരാൻ.

ഏകനായ്

അകത്തളത്തെ
വിളക്കണഞ്ഞു
മഴ ഈറനണി-
യിച്ച നടുമുറ്റം
രക്തം വീണ്
കുതിർന്നു
ആമാടപ്പെട്ടിയിൽ
കൂട്ടിവച്ച മഞ്ചാടിക്കുരു
നിശ്ശബ്ദമായി ചിതറി
ലക്ഷ്യബോധമില്ലാതെ
നടന്നലഞ്ഞ പാദം
ബാക്കിവെച്ച ചിലങ്ക
പാതിവഴിയിൽ അനാഥമായി
മടങ്ങിവരവില്ലെന്നു-
റപ്പിച്ച യാത്രയിൽ
ഒപ്പം കൂട്ടിയവളുടെ
കൈവിട്ടു
ഇനിയുള്ള യാത്രകൾ
തനിച്ചാണ്
അറ്റമില്ലാത്ത
ഭൂമിയിൽ
അന്ത്യമില്ലാത്ത
യാത്ര...

ശവദാഹം

കുഴിവെട്ടി മൂടി
ഞാനെന്റെ സ്വപ്നത്തെ
ചോരപുരണ്ടൊരാ
മണ്ണിനുള്ളിൽ
മിഴിനീർ തുള്ളികൾ
ചാലിട്ടൊഴുകിയ
വഴിവെട്ടി മൂടി
ഞാനതിൽ ചാരത്തിനാൽ
നിറയില്ലൊരിക്കലും
ഇനിയീ മിഴികൾ
മറ്റൊരു
സ്വപ്നത്തെ ഓർത്തിനിയും
കാണില്ലൊരിക്കലും
നിറഞ്ഞൊരീ
മിഴിയടച്ചൊരു
കിനാവുപോലും.

പാഴ് വീണ

ആ വീണ ഇനി
അപശ്രുതി മീട്ടില്ല
സ്വര മൂർച്ചയാൽ
ഒരു വിരലിന്റെയും
രക്തം കുടിക്കില്ല
അപശ്രുതി പാടിയ
വീണ നിശ്ചലമായിരിക്കുന്നു
പരിചിതമല്ലാത്ത
ശ്രുതി മീട്ടാൻ
ഒരുവൾ ശ്രമിച്ചു
ഏറെ മധുരമുള്ള ഒരു ശ്രുതി
അതുകേട്ട കാറ്റും പൂവും
വണ്ടും ആനന്ദം പൂണ്ടു
പാട്ടുമറന്ന ദേശാടനക്കിളി
വീണ്ടും പാടി
പക്ഷേ
ആ ശ്രുതിയിൽ ദുഃഖം
നിഴലിച്ചിരുന്നു
ഹൃദയം പൊടിഞ്ഞുനുറുങ്ങുന്ന
വേദനയുള്ള ദുഃഖം
പുറത്തുവരാൻ മടിച്ച്
തൊണ്ടയെ കുത്തിക്കീറുന്ന
ദുഃഖം
വീണയ്ക്കു മാത്രമറി-
യുന്ന ദുഃഖം
കമ്പികൾ ഓരോന്നായി
പൊട്ടിച്ച് അവൾ
ആ വേദന കടിച്ചമർത്തി
ഇനിയവൾ ശബ്ദിക്കില്ല...

പാതി

വില്ലുകുലച്ച് നേടിയതല്ല
പൂ നൽകി വേറ്റതല്ല
വാതുവച്ച് നേടിയതല്ല
യുദ്ധം ചെയ്ത്
സ്വന്തമാക്കിയതാണ്
കാലത്തോട്,
നേരത്തോട്,
മണ്ണിനോട്,
മനുഷ്യരോട്,
വലിച്ചെറിയാനാവില്ല

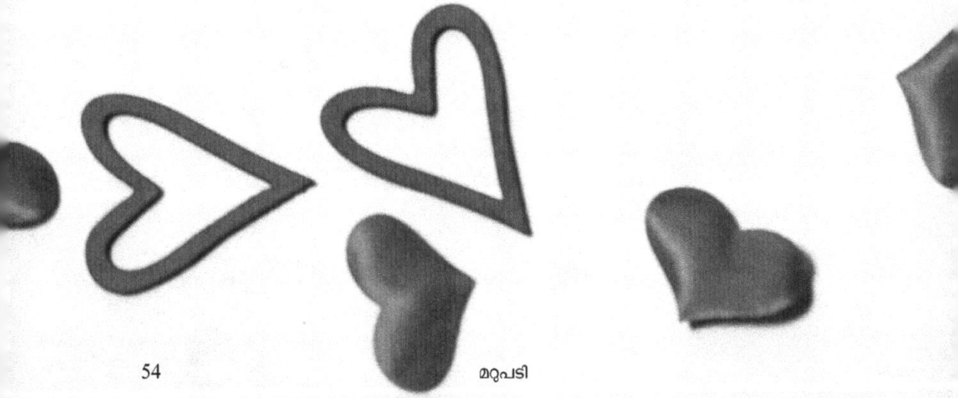

അന്തമില്ലാത്ത
ആയിരം നാവുകൾ
പുലമ്പിയാലും
അഗ്നികുണ്ഡമൊ-
രുക്കില്ല പരിശുദ്ധി
തെളിയിക്കാൻ
ചോദ്യങ്ങൾക്ക്
നടുവിലൂടെ
കൈ പിടിച്ച് നടക്കും
അതാണ് മറുപടി.

കൺകെട്ട്

കാഴ്ച മറയ്ക്കാൻ
എളുപ്പമാണ്
ഒന്നിരുട്ട് വീണാൽ മതി
കാഴ്ചയുള്ള കണ്ണുകളും
അന്ധരാവും
പിന്നെ
തട്ടിത്തടഞ്ഞ്,
വീണരുണ്ട്
കാതുകൾ കൂർപ്പിച്ച്
ശബ്ദത്തെ പിന്തുടർന്ന്
പോകണം
ആദിത്യൻ മിഴി
തുറക്കും
വരെയേയുള്ളൂ
ഈ കൺകെട്ട്
അതുകഴിഞ്ഞാൽ
സർവം വ്യക്തം

കവിത

ക്ഷണിക്കാതെ വന്ന
അഥിതിയാണ്
തീർത്തും അപരിചിത
വാക്കുകൾ ഓരോന്നായി
അടുക്കിപ്പെറുക്കി
വരികളാക്കി
യിരിക്കുന്നു
നീളം കുറവാണ്
പക്ഷേ, ഒത്തിരി
ദൂരമുണ്ട് ഓരോ
വരികൾക്കും
വാക്കുകൾ ചെറുതാണ്
പക്ഷെ
ആഴം അളക്കാൻ
പ്രയാസം

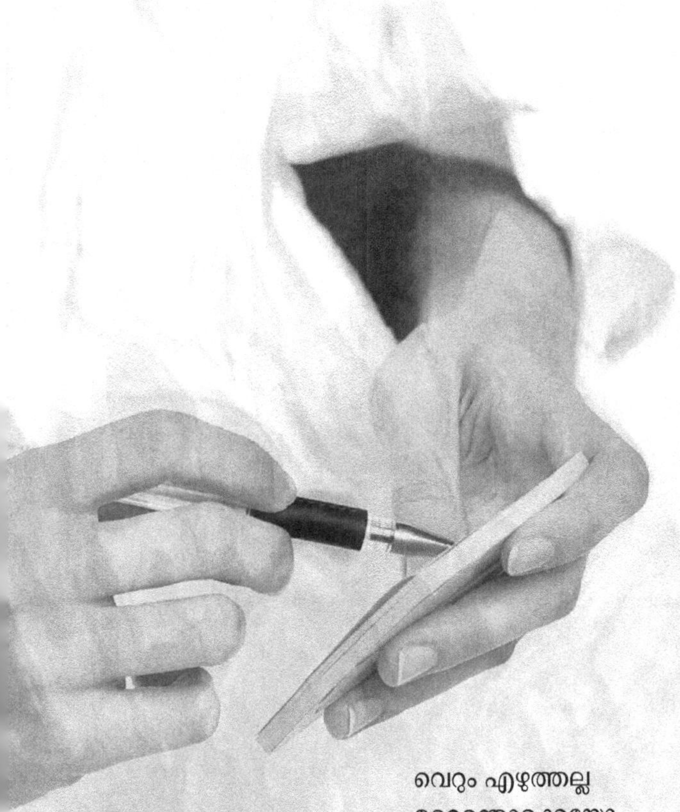

വെറും എഴുത്തല്ല
മറ്റെന്തൊക്കെയോ
പറയാനുള്ള
ശ്രമമാണ്
പിടിച്ചിരുത്തണോ?
അതോ
പറഞ്ഞയക്കണോ?
ക്ഷണിക്കാതെ
വന്നതല്ലേ
പറയാതെ പോകട്ടെ

ആത്മഹത്യ

ചിതൽ വിശപ്പടക്കി
ചിമിച്ചം വന്ന
ഉത്തരത്തിൽ
മണ്ണ് തിന്നതിന്റെ ബാക്കി
കുരുക്കിട്ട് കെട്ടി
വാക്കുകൾ വാളോല-
കളായി തൂങ്ങിയാടാ-
തിരിക്കാൻ അടച്ച-
പൂട്ടിയ ഒച്ചപ്പെട്ടി
അവസാനമായി
ഒന്നു മിണ്ടി
ഇത്രമേൽ അർപ്പണ-
ബോധത്തോടെ
മറ്റൊന്നും
ചെയ്യാത്തതുകൊണ്ടാകണം
ഒറ്റപ്പിടച്ചിലിനപ്പുറം
നീണ്ടുനിന്നില്ല
ആ എല്ലിൻകൂട്

ഭയം

ഭയമാണ്,
സുഗന്ധം പരത്തി
ചിരിതൂകി നിൽക്കുന്ന
പൂവിന്നിതളിൽ
തലോടാൻ
മുള്ളുവന്നെന്റെ
വിരൽ മുറിച്ചാലോ...
ഭയമാണ്,
മാനത്തെ താരകത്തെ
കയ്യെത്തിപ്പിടിക്കാൻ
മിന്നൽ വന്നെന്റെ
കൈ തട്ടിയാലോ...
ഭയമാണ്,
മാരിവില്ലിൻ
നിറങ്ങളിൽ

ഊയലാടാൻ
പേമാരിക്കുത്തൊഴുക്കിൽ
ഒലിച്ചുപോയാലോ...
ഭയമാണ്,
ആഴിപ്പരപ്പ് നോക്കി
തീരത്തിരിക്കാൻ
തിരകൾ വന്നു
ഉടലാകെ മൂടിയാലോ...
ഭയമാണ്,
നിൻ കണ്ണിലൊളിപ്പിച്ച
കൗതുകത്തിലേക്ക്
മുങ്ങാംകുഴിയിട്ടിറങ്ങാൻ
ആ സ്നേഹപ്പുഴയിൽ
ഞാൻ
മുങ്ങിപ്പോയാലോ...

ഓർമ്മ

ഓർക്കാതിരിക്കുമ്പോൾ
ആയിരം ഓർമ്മകൾ
ഓർക്കാപ്പുറത്ത്
കടന്നുവരും
വാതിലടച്ചും
ആട്ടിപ്പായിച്ചും
പറഞ്ഞയച്ചാലും
അഹങ്കാരത്തോടെ
തലയുയർത്തി അവ
എന്നെനോക്കി
ചിരിക്കും
അരിഞ്ഞുതള്ളാൻ
നോക്കിയപ്പോഴാ-
ണറിഞ്ഞത്
നാവില്ലെന്ന്
വെട്ടിമാറ്റാൻ
വാളെടുത്തപ്പോൾ
തലയും കണ്ടില്ല
തലയും നാവുമില്ലാത്ത
ഓർമ്മകൾക്ക്
ഇത്ര അഹങ്കാരമോ?

●